AF220968

Impressum
Verlag: BABADADA GmbH, Nedderfeld 112 , 22529 Hamburg
Geschäftsführer / Verlagsleitung: Harald Hof
Druck: Books on Demand GmbH, In de Tarpen 42, 22848 Norderstedt

Imprint
Publisher: BABADADA GmbH, Nedderfeld 112 , 22529 Hamburg, Germany
Managing Director / Publishing direction: Harald Hof
Print: Books on Demand GmbH, In de Tarpen 42, 22848 Norderstedt

kugawanya
divide

186/2

ubao
board

sajili
classroom

eneo la shule
school yard

mwalimu
teacher

karatasi
paper

kuandika
write

kalamu
pen

dawati
desk

rula
ruler

kitabu
book

mwanafunzi
pupil

mkoba

satchel

kikasha cha penseli

pencil case

penseli

pencil

kichonga penseli

pencil sharpener

mpira

rubber

pedi ya kuchora

drawing pad

uchoraji

drawing

brashi ya rangi

paintbrush

sanduku la rangi

paint box

mkasi

scissors

gundi

glue

daftari

exercise book

kazi ya nyumbani

homework

nambari

number

jumlisha

add

ondoa

subtract

zidisha

multiply

kokotoa

calculate

barua

letter

alfabeti

alphabet

neno

word

maandishi

text

kusoma

read

chaki

chalk

somo

lesson

sajili

register

uchunguzi

exam

cheti

certificate

sare za shule

school uniform

elimu

education

elezo

encyclopedia

chuo kikuu

university

darubini

microscope

ramani

map

kikapu cha kuweka karatasi chafu

waste-paper basket

shule - school

hoteli
hotel

hosteli
hostel

ofisi ya ubadilishanaji
bureau de change

sanduku
suitcase

gari
car

lugha

language

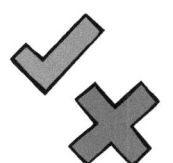

ndiyo / la

yes / no

sawa

Okay

hujambo

hello

mtafsiri

translator

Asante

Thank you

kiasi gani ni ...?

how much is...?

Sielewi

I do not understand

tatizo

problem

Jioni njema!

Good evening!

Habari za asubuhi!

Good morning!

Usiku mwema!

Good night!

kwa heri

bye bye

mwelekeo

direction

mizigo

luggage

mfuko

bag

shanta

backpack

mgeni

guest

chumba

room

begi la kulalia

sleeping bag

hema

tent

usafiri - travel

taarifa ya utalii

tourist information

ufuo

beach

kadi

credit card

kifunguakinywa

breakfast

chakula cha mchana

lunch

chakula cha jioni

dinner

tiketi

ticket

kuinua

lift

muhuri

stamp

mpaka

border

mila

customs

ubalozi

embassy

visa

visa

pasipoti

passport

ndege
aeroplane

meli
ship

injini ya moto
fire engine

basi
bus

lori
truck

motaboti
motorboat

baiskeli
bike

gari
car

feri

ferry

mashua

boat

pikipiki

motorbike

gari la polisi

police car

gari la mashindano

racing car

gari la kukodisha

rental car

kushiriki gari

car sharing

lori la kuvuta

breakdown truck

ukusanyaji taka

refuse truck

motor

motor

mafuta

fuel

kituo cha mafuta

petrol station

ishara trafiki

traffic sign

trafiki

traffic

msongamano

traffic jam

maegesho

car park

kituo cha treni

train station

reli

tracks

garimoshi

train

tremu

tram

gari la mizigo

carriage

helikopta

helicopter

uwanja wa ndege

airport

mnara

tower

abiria

passenger

chombo

container

katoni

carton

mkokoteni

cart

kikapu

basket

ondoka

take off / land

# jiji

## city

kijiji

village

katikati ya jiji

city centre

nyumba

house

sinema
cinema

tangazo
advert

taa za mitaani
street lamp

CINEMA

barabara
street

teksi
taxi

duka la vitafunio
snack shop

mtembea kwa miguu
pedestrian

njia ya waenda kwa miguu
pavement

kivuko
zebra crossing

pipa
bin

kuvuka
crossing

taa za trafiki
traffic lights

kibanda
hut

gorofa
flat

kituo cha treni
train station

ukumbi wa mji
town hall

Makavazi
museum

shule
school

chuo kikuu

university

benki

bank

hospitali

hospital

hoteli

hotel

duka la dawa

pharmacy

ofisi

office

duka la kitabu

book shop

duka

shop

duka la maua

florist's

dukakuu

supermarket

soko

market

idara ya kuhifadhi

department store

mwuza samaki

fishmonger's

kituo cha ununuzi

shopping centre

bandari

harbour

Hifadhi

park

benki

bench

daraja

bridge

vidato

stairs

chini ya ardhi

underground

handaki

tunnel

kituo cha mabasi

bus stop

bar

bar

mgahawa

restaurant

sanduku la posta

postbox

ishara ya barabara

street sign

mita ya maegesho

parking meter

bustani ya wanyama

zoo

kidimbwi cha kuogelea

swimming pool

msikiti

mosque

shamba
farm

uchafuzi
pollution

makaburini
graveyard

kanisa
church

uwanja wa michezo
playground

hekalu
temple

# mazingira
# landscape

jani
leaf

ishara ya mwelekeo
signpost

njia
way

malisho
meadow

jiwe
stone

mtembeaji wa masafa
hiker

mti
tree

mto
river

nyasi
grass

ua
flower

bonde

valley

kilima

hill

ziwa

lake

msitu

forest

jangwa

desert

volkano

volcano

ngome

castle

upinde wa mvua

rainbow

uyoga

mushroom

mtende

palm tree

mbu

mosquito

kuruka

fly

chungu

ant

nyuki

bee

buibui

spider

mende

beetle

chura

frog

kuchakuro

squirrel

nungunungu

hedgehog

sungura

hare

bundi

owl

ndege

bird

swan

swan

nguruwe mwitu

boar

kulungu

deer

aina ya kongoni

moose

bwawa

dam

tabo ya upepo

wind turbine

nishaji ya jua

solar panel

hali ya hewa

climate

mhudumu
waiter

menyu
menu

kiti
chair

supu
soup

piza
pizza

vilia
cutlery

kitambaa cha mezani
tablecloth

kiamsha hamu

starter

kozi kuu

main course

kitindamlo

dessert

vinywaji

drinks

chakula

food

chupa

bottle

chakula cha haraka

fast food

Streetfood

street food

buli

teapot

kisanduku cha sukari

sugar bowl

sehemu

portion

mashine ya espresso

espresso machine

kiti kirefu

high chair

muswada

bill

trei

tray

kisu

knife

uma

fork

kijiko

spoon

kijiko cha chai

teaspoon

nepi

serviette

glasi

glass

sahani

plate

sahani ya supu

soup plate

sufuria

saucer

mchuzi

sauce

kichanyaji chumvi

salt pot

kinu cha pilipili

pepper mill

siki

vinegar

mafuta

oil

viungo

spices

kechapu

ketchup

haradali

mustard

kachumbari nzito

mayonnaise

# dukakuu

## supermarket

ofa maalum
special offer

FOR

mteja
customer

maziwa
dairy

matunda
fruit

toroli
trolley

mchinjaji

butcher's

mwokaji

baker's

uzito

weigh

mboga

vegetables

nyama

meat

chakula waliohifadhiwa

frozen food

ipande vya nyama baridi

cold meat

chakula cha kopo

tinned food

sabuni ya unga

washing powder

pipi

sweets

bidhaa za kaya

household products

bidhaa za kusafisha

cleaning products

mtu mauzo

salesperson

mpaka

till

keshia

cashier

orodha ya manunuzi

shopping list

masaa ya ufunguzi

opening hours

mkoba

wallet

kadi

credit card

mfuko

bag

mfuko wa plastiki

plastic bag

maji

water

sharubati

juice

maziwa

milk

coke

coke

mvinyo

wine

bia

beer

pombe

alcohol

kakao

cocoa

chai

tea

kahawa

coffee

spreso

espresso

kapuchino

cappuccino

ndizi

banana

tufaha

apple

machungwa

orange

tikiti

melon

lemon

lemon

karoti

carrot

kitunguu saumu

garlic

mianzi

bamboo

kitunguu

onion

uyoga

mushroom

karanga

nuts

nudo

noodles

spageti

spaghetti

mpunga

rice

saladi

salad

vibanzi

chips

viazi vya kukaanga

fried potatoes

piza

pizza

hambaga

hamburger

sandwichi

sandwich

kipande

cutlet

paja la mnyama

ham

salami

salami

soseji

sausage

kuku

chicken

choma

roast

samaki

fish

oats ya uji

porridge oats

muesli

muesli

cornflakes

cornflakes

unga

flour

kroisanti

croissant

andazi

bread roll

mkate

bread

mkate wa kubanika

toast

biskuti

biscuits

siagi

butter

maziwa mgando

curd

keki

cake

yai

egg

yai kukaanga

fried egg

jibini

cheese

chakula - food

aiskrimu

ice cream

sukari

sugar

asali

honey

jemu

jam

kuenea kwa chokoleti

chocolate spread

mchuzi wa viungo

curry

nyumba ya kilimo
farmhouse

majani bale
straw bale

ghalani
barn

uwanja
field

farasi
horse

trela
trailer

mtoto
foal

trekta
tractor

punda
donkey

kondoo
sheep

mwanakondoo
lamb

mbuzi
goat

ng'ombe
cow

ndama
calf

nguruwe
pig

mwananguruwe
piglet

fahali
bull

batabukini

goose

bata

duck

kifaranga

chick

kuku

hen

jogoo

cock

panya

rat

paka

cat

panya

mouse

ng'ombe

ox

mbwa

dog

nyumba ya mbwa

doghouse

bomba la bustani

garden hose

debe la kumwagilia maji

watering can

fyekeo

scythe

kulima

plough

mundu

sickle

jembe

hoe

uma wa nyasi

pitchfork

shoka

axe

toroli

wheelbarrow

kupitia nyimbo

trough

chombo cha maziwa

milk can

gunia

sack

ua

fence

imara

stable

chafu

greenhouse

udongo

soil

mbegu

seed

mbolea

fertilizer

kivunaji

combine harvester

mavuno

harvest

mavuno

harvest

viazi vikuu

yams

ngano

wheat

soya

soy

viazi

potato

mahindi

corn

rapa

rapeseed

mti wa matunda

fruit tree

muhogo

cassava

nafaka

cereals

chimni
chimney

paa
roof

bomba la maji ya mvua
drainpipe

dirisha
window

gareji
garage

kengele ya mlangoni
doorbell

mlango
door

pipa la taka
rubbish bin

sanduku la barua
letterbox

bustani
garden

sebuleni
living room

bafu
bathroom

jikoni
kitchen

chumba cha kulala
bedroom

chumba ya mtoto
child's room

chumba cha kulia
dining room

sakafu

floor

ukuta

wall

dari

ceiling

pishi

cellar

sauna

sauna

roshani

balcony

mtaro

terrace

kidimbwi

pool

mashine ya kukata nyasi

lawn mower

karatasi

sheet

kitambaa cha kupamba
kitanda

bedspread

kitanda

bed

ufagio

broom

ndoo

bucket

kubadili

switch

mandhari
wallpaper

taa
lamp

picha
picture

rafu
shelf

kabati
cupboard

mekoni
fireplace

televisheni/runinga
television

ua
flower

mto
cushion

chombo cha maua
vase

sofa
sofa

kitenzambali
remote control

zulia
carpet

pazia
curtain

meza
table

kiti
chair

kiti cha bembea
rocking chair

armchair
armchair

kitabu

book

blanketi

blanket

mapambo

decoration

kuni

firewood

filamu

film

kifaa cha hi-fi

hi-fi equipment

ufunguo

key

gazeti

newspaper

uchoraji

painting

bango

poster

redio

radio

daftari

notepad

kifyonza

hoover

dungusi kakati

cactus

mshumaa

candle

jokofu
fridge

kikanza
microwave oven

wadogo jikoni
kitchen scales

kibaniko
toaster

sabuni
detergent

stovu
oven

friza
freezer

pipa la taka
rubbish bin

mashine ya kuoshea vyombo
dishwasher

jiko la kupika

cooker

chungu

pot

sufuria ya chuma

cast-iron pot

wok / kadai

wok / kadai

kaango

pan

birika

kettle

stima

steamer

sinia ya kuoka

baking tray

vyombo vya udongo

crockery

kombe

mug

bakuli

bowl

vijiti vya kulia

chopsticks

ukawa

ladle

mwiko mpana

spatula

burashi

whisk

kichujio

strainer

chujio

sieve

mbuzi

grater

chokaa

mortar

barbeque

barbecue

moto wazi

open fire

ubao wa majaribio

chopping board

kijiti cha kusukuma unga

rolling pin

kizibuo

corkscrew

kopo

can

inaweza kopo

can opener

kishikio cha chungu

pot holder

karo

sink

brashi

brush

sifongo

sponge

kisagaji matunda

blender

friji ya kina

deep freezer

chupa ya mtoto

baby bottle

bomba

tap

jikoni - kitchen

joto
heating

mfereji wa kuogea
shower

taulo
towel

pazia la kuogea
shower curtain

maji ya kuoga yenye povu
bubble bath

hodhi
bathtub

glasi
glass

mashine ya kuosha
washing machine

vigae
tiles

bomba
tap

poti
potty

karo
sink

choo
toilet

choo cha squat
squat toilet

beseni la mviringo
bidet

choo cha umma
urinal

shashi
toilet paper

brashi ya choo
toilet brush

**mswaki**
toothbrush

**dawa ya meno**
toothpaste

**dawa ya meno**
dental floss

**safisha**
wash

**kuoga mkono**
handheld shower

**msukumo wa maji**
douche

**bonde**
basin

**mpako wa pili**
back brush

**sabuni**
soap

**jeli ya kuogea**
shower gel

**shampuu**
shampoo

**flana**
flannel

**toa maji**
drain

**krimu**
cream

**kiondoa harufu**
deodorant

kioo

mirror

kioo mkono

hand mirror

kinyozi

razor

povu la kunyoa

shaving foam

baada ya kunyoa

aftershave

kichana

comb

brashi

brush

kikausha nywele

hair dryer

marashi ya nyewele

hairspray

vipodozi

makeup

kidomwa

lipstick

varnish ya msumari

nail varnish

pamba

cotton wool

mkasi wa kucha

nail scissors

manukato

perfume

mkoba wa kuosha

washbag

kinyesi

stool

mizani

weighing scale

nguo ya kuoga

bathrobe

glavu za mpira

rubber gloves

kisodo

tampon

sodo

sanitary towel

kemikali choo

chemical toilet

saa ya kengele
alarm clock

kidoli cha kupakata
cuddly toy

gari bandia
toy car

kelele
rattle

chumba cha midoli
doll's house

sasa
present

baluni

balloon

kitanda

bed

mashua

pram

staha ya kadi

deck of cards

mchezo-fumb

jigsaw

vichekesho

comic

matofali lego
lego bricks

vitalu mwigo
building blocks

hatua takwimu
action figure

suti ya kulalia
babygrow

kisahani
frisbee

simu
mobile

ubao wa michezo
board game

kete
dice

garimoshi mwigo
model train set

dummy
dummy

chama
party

picha kitabu
picture book

mpira
ball

kikaragosi
doll

kucheza
play

shimo la mchanga

sandpit

bembea

swing

vitu bandia

toys

kiweko cha video ya mchezo

video game console

baiskeli ya magurudumu

tricycle

matatu

mwanasesere

teddy bear

kabati

wardrobe

# nguo

## clothing

soksi

socks

stokingi

stockings

kibano

tights

skafu
scarf

mwavuli
umbrella

ukanda
belt

fulana
t-shirt

viatu
boots

ndara
slippers

wakufunzi
trainers

malapa
................
sandals

viatu
................
shoes

mabuti ya mpira
................
rubber boots

suruali ya ndani
................
underpants

sidiria
................
bra

fulana
................
vest

nguo - clothing

45

mwili

body

suruali

trousers

dangirizi

jeans

sketi

skirt

blauzi

blouse

shati

shirt

vuta

pullover

sweta

hoodie

bleza

blazer

jaketi

jacket

koti

coat

koti la mvua

raincoat

maleba

costume

gauni

dress

mavazi ya harusi

wedding dress

suti

suit

vazi la usiku

nightgown

pajama

pyjamas

sari

sari

skafu

headscarf

kilemba

turban

burka

burqa

kaftan

kaftan

abaya

abaya

vazi la kuogelea

swimsuit

vazi la kiume la kuogelea

trunks

kaptura

shorts

teitei

tracksuit

aproni

apron

glavu

gloves

kifungo

button

glasi

glasses

bangili

bracelet

mkufu

necklace

pete

ring

herini

earring

kofia

cap

kiango cha koti

coat hanger

kofia

hat

tai

tie

zipu

zip

kofia

helmet

kanda za suruali

braces

sare za shule

school uniform

sare

uniform

bibu
bib

dummy
dummy

nepi
nappy

seva
server

kabati la kuweka faili
filing cabinet

kichapishaji
printer

karatasi
paper

kiwambo
monitor

kipanya
mouse

dawati
desk

folda
folder

kibodi
keyboard

kiti
chair

cha kuweka karatasi chafu
-paper basket

kompyuta
computer

kmobe la kahawa
coffee mug

kikokotoo
calculator

biashara
internet

ofisi - office

49

mbali

laptop

barua

letter

ujumbe

message

rununu

mobile

intaneti

network

fotokopia

photocopier

programu

software

simu

telephone

soketi

plug socket

kipepesi

fax machine

fomu

form

hati

document

kununua

buy

kulipa

pay

biashara

trade

fedha

money

dola

dollar

yuro

euro

yeni

yen

rouble

rouble

faranga ya Uswisi

Swiss franc

renminbi yuan

renminbi yuan

rupia

rupee

eneo la kulipia

cashpoint

ofisi ya ubadilishanaji

bureau de change

dhahabu

gold

fedha

silver

mafuta

oil

nishati

energy

bei

price

mkataba

contract

kodi

tax

bidhaa

stock

kazi

work

mfanyakazi

employee

mwajiri

employer

kiwanda

factory

duka

shop

uchumi - economy

afisa wa polisi
police officer

mzimamoto
fireman

mpishi
cook

daktari
doctor

rubani
pilot

mtunza bustani

gardener

seremala

carpenter

mshonaji

seamstress

hakimu

judge

mwanakemia

chemist

muigizaji

actor

dereva wa basi

bus driver

dereva wa teksi

taxi driver

mvuvi

fisherman

mwanamke wa kusafisha

cleaning lady

mwezekaji

roofer

mhudumu

waiter

mwindaji

hunter

mchoraji

painter

mwokaji

baker

umeme

electrician

mjenzi

builder

mhandisi

engineer

mchinjaji

butcher

fundi bomba

plumber

mwanaposta

postman

mwanajeshi

soldier

msanifu majengo

architect

keshia

cashier

muuza maua

florist

msusi

hairdresser

kondakta

conductor

mekanika

mechanic

nahodha

captain

daktari wa meno

dentist

mwanasayansi

scientist

rabbi

rabbi

imamu

imam

mtawa

monk

kasisi

clergyman

nyundo
hammer

koleo
pliers

bisibisi
screwdriver

spana
spanner

kurunzi
torch

mchimbaji

digger

sanduku la vifaa

toolbox

ngazi

ladder

msumeno

saw

misumari

nails

kuchimba visima

drill

kukarabati
repair

sepetu
shovel

Lo!
Damn!

kishikio cha uchafu
dustpan

chungu cha rangi
paint pot

skurubu
screws

## ala za muziki
## musical instruments

mpangilio wa ngoma
drum kit

spika
loudspeaker

gita
guitar

besi mara mbili
double bass

tarumbeta
trumpet

piano
piano

fidla
violin

ubeji
bass

timpani
timpani

ngoma
drums

kibodi
keyboard

saksafoni
saxophone

filimbi
flute

maikrofoni
microphone

simbamarara
tiger

lango la kuingia
entrance

ngome
cage

pundamilia
zebra

chakula cha mifugo
animal feed

panda
panda

wanyama

animals

tembo

elephant

kangaruu

kangaroo

kifaru

rhino

sokwe

gorilla

dubu

bear

ngamia

camel

mbuni

ostrich

simba

lion

tumbili

monkey

heroe

flamingo

kasuku

parrot

dubu

polar bear

penguini

penguin

papa

shark

tausi

peacock

nyoka

snake

mamba

crocodile

mtunza wanyama

zookeeper

muhuri

seal

jaguar

jaguar

mwanafarasi

pony

chui

leopard

kiboko

hippo

twiga

giraffe

tai

eagle

nguruwe mwitu

boar

samaki

fish

kobe

turtle

sili

walrus

mbweha

fox

paa

gazelle

soka ya marekani
American football

uendeshaji baiskeli
cycling

tenisi
tennis

mpira wa kikapu
basketball

kuogelea
swimming

ndondi
boxing

magongo ya barafuni
ice hockey

soka
football

vinyoya
badminton

riadha
athletics

mpira wa mikono
handball

skii
skiing

polo
polo

cheka
laugh

kuruka
jump

kumbatia
hug

kutembea
walk

kuimba
sing

ota ndoto
dream

kuomba
pray

busu
kiss

kuandika

write

kuteka

draw

angalia

show

sukuma

push

kutoa

give

kuchukua

take

kuwa
have

fanya
do

kuwa
be

kusimama
stand

kukimbia
run

vuta
pull

kutupa
throw

kuanguka
fall

hadaa
lie

kusubiri
wait

kubeba
carry

kukaa
sit

vaa nguo
get dressed

usingizi
sleep

kuamka
wake up

**kuangalia**

look at

**lia**

cry

**kiharusi**

stroke

**chana nywele**

comb

**ongea**

talk

**kuelewa**

understand

**kuuliza**

ask

**kusikiliza**

listen

**kunywa**

drink

**kula**

eat

**nadhifisha**

tidy up

**upendo**

love

**mpishi**

cook

**gari**

drive

**kuruka**

fly

meli

sail

kokotoa

calculate

kusoma

read

kujifunza

learn

kazi

work

kuoa

marry

kushona

sew

piga mswaki

brush teeth

kuua

kill

moshi

smoke

kutuma

send

bibi
grandmother

babu
grandfather

baba
father

mama
mother

mtoto
baby

binti
daughter

bin
son

mgeni

guest

shangazi

aunt

mjomba

uncle

kaka

brother

dada

sister

paji la uso
forehead

jicho
eye

bega
shoulder

kidole
finger

uso
face

kidevu
chin

mkono
hand

matiti
breast

mguu
leg

mkono
arm

mtoto

baby

mwanamume

man

mwanamke

woman

msichana

girl

mvulana

boy

kichwa

head

nyuma

back

tumbo

belly

kitovu

belly button

chano

toe

kisigino

heel

mfupa

bone

nyonga

hip

goti

knee

kiwiko

elbow

pua

nose

chini

bottom

ngozi

skin

shavu

cheek

sikio

ear

mdomo

lip

kinywa

mouth

jino

tooth

ulimi

tongue

ubongo

brain

moyo

heart

misuli

muscle

pafu

lung

ini

liver

tumbo

stomach

figo

kidneys

jinsia

sex

kondomu

condom

ovari

ovum

shahawa

semen

mimba

pregnancy

hedhi

menstruation

uke

vagina

uume

penis

unyusi

eyebrow

nywele

hair

shingo

neck

hospitali
hospital

gari la wagonjwa
ambulance

kiti cha magurudumu
wheelchair

jeraha
fracture

daktari

doctor

chumba cha dharura

emergency room

muuguzi

nurse

dharura

emergency

kupoteza fahamu

unconscious

maumivu

pain

kuumia

injury

kutokwa na damu

bleeding

mshtuko wa moyo

heart attack

kiharusi

stroke

mzio

allergy

kikohozi

cough

homa

fever

mafua

flu

kuharisha

diarrhoea

maumivu ya kichwa

headache

kansa

cancer

ugonjwa wa kisukari

diabetes

daktari mpasuaji

surgeon

kisu kidogo cha kupasulia

scalpel

operesheni

operation

picha changanufu ya mwili

CT

Eksrei

x-ray

mawimbi sauti

ultrasound

barakoa ya uso

face mask

ugonjwa

disease

chumba cha kusubiri

waiting room

mkongojo

crutch

plasta

plaster

bendeji

bandage

sindano

injection

stetoskopu

stethoscope

machela

stretcher

kipimajoto cha kliniki

clinical thermometer

kuzaliwa

birth

unene kupita kiasi

overweight

kusikia misaada

hearing aid

kipukusi

disinfectant

maambukizi

infection

virusi

virus

VVU / UKIMWI

HIV / AIDS

dawa

medicine

chanjo

vaccination

vidonge

tablets

kidonge

pill

simu ya dharura

emergency call

haemodainamometa

blood pressure monitor

mgonjwa / mwenye afya

ill / healthy

kengele

alarm

pigo

assault

Msaada!

Help!

shambulizi

attack

hatari

danger

lango la dharura

emergency exit

Moto!

Fire!

kizima moto

fire extinguisher

ajali

accident

vifaa vya huduma ya kwanza

first-aid kit

wito wa msaada

SOS

polisi

police

Ulaya

Europe

Amerika ya Kaskazini

North America

Amerika ya Kusini

South America

Afrika

Africa

Asia

Asia

Australia

Australia

Atlantiki

Atlantic

Pasifiki

Pacific

Bahari ya Hindi

Indian Ocean

Bahari ya Antaktiki

Antarctic Ocean

Bahari ya Aktiki

Arctic Ocean

Ncha ya Kaskazini

North Pole

Ncha ya Kusini

South Pole

Antaktika

Antarctica

dunia

Earth

nchi

land

bahari

sea

kisiwa

island

taifa

nation

jimbo

state

uso wa saa

clock face

akrabu ya saa

hour hand

akrabu ya dakika

minute hand

akrabu ya sekunde

second hand

Ni saa ngapi?

What time is it?

siku

day

wakati

time

sasa

now

saa ya dijitali

digital watch

dakika

minute

saa

hour

Jumatatu Monday
Jumatano Wednesday
Ijumaa Friday
Jumanne Tuesday
Jumamosi Saturday
Alhamisi Thursday
Jumapili Sunday

jana

yesterday

leo

today

kesho

tomorrow

asubuhi

morning

saa sita mchana

noon

jioni

evening

siku za biashara

business days

mwishoni mwa wiki

weekend

mvua
rain

upinde wa mvua
rainbow

upepo
wind

theluji
snow

majira ya machipuko
spring

vuli
autumn

kiangazi
summer

majira ya baridi
winter

utabiri wa hali ya hewa

weather forecast

kipimajoto

thermometer

mwanga wa jua

sunshine

wingu

cloud

ukungu

fog

unyevu

humidity

umeme

lightning

radi

thunder

dhoruba

storm

mvua ya mawe

hail

monsuni

monsoon

mafuriko

flood

barafu

ice

Januari

January

Februari

February

Machi

March

Aprili

April

Mei

May

Juni

June

Julai

July

Agosti

August

Septemba
.............
September

Oktoba
.............
October

Novemba
.............
November

Desemba
.............
December

## maumbo
## shapes

mduara
.............
circle

mraba
.............
square

mstatili
.............
rectangle

pembetatu
.............
triangle

nyanja
.............
sphere

mchemraba
.............
cube

nyeupe

white

manjano

yellow

chungwa

orange

rangi ya waridi

pink

nyekundu

red

hudhurungi

purple

bluu

blue

kijani

green

hanja

brown

jivujivu

grey

nyeusi

black

mengi / kidogo

a lot / a little

hasira / pole

angry / calm

nzuri / mbaya

beautiful / ugly

mwanzo / mwisho

beginning / end

kubwa / ndogo

big / small

angavu / giza

bright / dark

kaka / dada

brother / sister

safi / chafu

clean / dirty

kamilika / tokamilika

complete / incomplete

siku / usiku

day / night

wafu / hai

dead / alive

pana / nyembamba

wide / narrow

**kulika / kutolika**

edible / inedible

**ovu / ema**

evil / kind

**sisimkwa / udhika**

excited / bored

**nene / nyembamba**

fat / thin

**kwanza / mwisho**

first / last

**rafiki / adui**

friend / enemy

**jaa / tupu**

full / empty

**ngumu / laini**

hard / soft

**nzito / nyepesi**

heavy / light

**njaa / kiu**

hunger / thirst

**mgonjwa / mwenye afya**

ill / healthy

**haramu / kisheria**

illegal / legal

**akili / kijinga**

intelligent / stupid

**kushoto / kulia**

left / right

**karibu / mbali**

near / far

mpya / kutumika

new / used

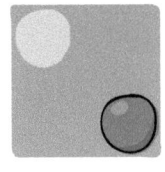

kitu / jambo

nothing / something

zee / changa

old / young

waka / zima

on / off

wazi / fungwa

open / closed

utulivu / kelele

quiet / loud

tajiri / masikini

rich / poor

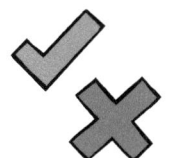

sahihi / kosa

right / wrong

mbaya / laini

rough / smooth

huzunika / furahia

sad / happy

fupi /ndefu

short / long

polepole / haraka

slow / fast

nyevu / kavu

wet / dry

joto / baridi

warm / cool

vita / amani

war / peace

**0**

sufuri

zero

**1**

moja

one

**2**

mbili

two

**3**

tatu

three

**4**

nne

four

**5**

tano

five

**6**

sita

six

**7**

saba

seven

**8**

nane

eight

**9**

tisa

nine

**10**

kumi

ten

**11**

kumi na moja

eleven

**12**

kumi na mbili

twelve

**13**

kumi na tatu

thirteen

**14**

kumi na nne

fourteen

**15**

kumi na tano

fifteen

**16**

kumi na sita

sixteen

**17**

kumi na saba

seventeen

**18**

kumi na nane

eighteen

**19**

kumi na tisa

nineteen

**20**

ishirini

twenty

**100**

mia

hundred

**1.000**

elfu

thousand

**1.000.000**

milioni

million

Kiingereza

English

Kiingereza cha Marekani

American English

Kimandarini cha Uchina

Chinese Mandarin

Kihindi

Hindi

Kihispania

Spanish

Kifaransa

French

Kiarabu

Arabic

Kirusi

Russian

Kireno

Portuguese

Kibengali

Bengali

Kijerumani

German

Kijapani

Japanese

mimi

I

wewe

you

yeye / yeye / ni

he / she / it

sisi

we

wewe

you

wao

they

nani?

who?

nini?

what?

jinsi gani?

how?

wapi?

where?

lini?

when?

jina

name

nyuma

behind

katika

in

mbele ya

in front of

juu ya

over

kwenye

on

chini ya

under

kando

beside

kati

between

mahali

place